# 4 seasons together
## Bốn Mùa Cùng Nhau

By Linh Phung
Illustrated by Sylvie Pham

**Copyright 2023** by Linh Phung

All rights reserved. No part of this book may be reproduced or used in any manner without written permission of the copyright owners except the use of short quotations in a book review or for educational purposes.

*www.eduling.org/hl*

For **Hallie** and **Bo,** the wonders of our world
For **Ông** and **Bà,** who unite us all

Hallie lives in the United States. Her cousin Bo lives in Vietnam. Hallie's mom is older sister to Bo's dad, so Bo calls Hallie elder sister Hallie or chị Hà Ly in Vietnamese.

Hà Ly sống ở nước Mỹ, còn Bo sống ở Việt Nam.
Mẹ của Hà Ly và bố của Bo là hai chị em nên Bo gọi Hà Ly bằng chị.

Hallie's house is in the suburbs on top of a big hill with gardens all around. Bo lives in a townhouse in the city with his parents. On weekends, he often stays in the countryside with Grandparents, Ông and Bà.

Nhà của Hà Ly ở ngoại ô một thành phố nhỏ, trên một ngọn đồi lớn có vườn hoa và rau cỏ xung quanh. Bo ở trong một ngôi nhà trên phố với bố mẹ. Cuối tuần, Bo được về quê với ông bà.

When Ông and Bà call every Saturday, Hallie gets to talk with Bo, too.

Thứ bẩy nào ông bà cũng gọi cho Hà Ly, và thế là Hà Ly được nói chuyện với Bo.

In the spring, Hallie likes going out to Mommy's garden to see the cheerful spring flowers. Daffodils, tulips, snowdrops, and many more.

"These are Mommy's hyacinths, Bo! They smell so good!" says Hallie.

"These are Ông and Bà's jasmine flowers. They smell good, too, chị Hà Ly!" Bo proudly shares.

Vào mùa xuân, Hà Ly thích ra ngoài vườn của mẹ nhìn ngắm hoa lá với đủ sắc màu rực rỡ. Nào là hoa thủy tiên, hoa tulip, hoa tuyết, và còn bao loài hoa xuân khác.

"Đây là cây hoa lục bình của mẹ chị đấy. Ôi thơm quá!" Hà Ly giới thiệu.

"Còn đây là hoa nhài của ông bà đấy chị. Nó thơm ngát sân nhà." Bo cũng tự hào khoe.

Being outside in the summer is also great fun.

"Look at this caterpillar, Bo!" Hallie excitedly shows Bo a caterpillar hidden in the milkweed.

"The very hungry caterpillar, chị Hà Ly!" Bo blurts out, recalling the caterpillar he has seen in his book. Suddenly, a crescendo of cicada sounds in the longan tree catches Bo's attention.

"Chị Hà Ly, do you hear the buzzing noise from the cicadas?" asks Bo. "Wow, they are so very loud. How can they make such noise?" asks Hallie.

Hè đến, ra ngoài vườn chơi cũng thật là vui.

"Bo nhìn con sâu bướm này." Hà Ly hào hứng chỉ cho Bo con sâu ẩn mình trong cụm cỏ sữa.

"Đúng là con sâu háu đói chị Hà Ly nhỉ." Bo thốt lên khi nhớ đến con sâu bướm mình đọc trong sách.

Ngoài vườn, bỗng nhiên tiếng ve sầu râm ran trên cây nhãn làm Bo giật mình.

"Chị Hà Ly có nghe thấy tiếng ve sầu kêu ve ve không?" Bo hỏi.
"Oa, nó kêu to quá. Sao mà nó lại kêu được vậy nhỉ?" Hà Ly tò mò hỏi lại.

When the fall comes, Hallie goes on a farm trip with her classmates. She asks Mommy to call Bo and show him a very big, round, bright orange pumpkin she sees in the pumpkin patch.

"I want to take this one home to make pumpkin pie," Hallie declares.

"I wish I could try pumpkin pie, chị Hà Ly," Bo says, intrigued by the idea. Bà has only made soup and stir fry dishes with pumpkins.

Vào mùa thu, Hà Ly được đi trang trại với bạn cùng lớp. Khi thấy quả bí ngô to, tròn, và có màu cam đậm, Hà Ly đề nghị mẹ mở điện thoại gọi Bo để chỉ cho Bo xem.

"Chị sẽ mang quả bí này về nhà làm bánh ngọt với bí ngô."

Chưa từng được ăn bánh ngọt với bí ngô nên Bo ao ước: "Em ước gì được ăn bánh ngọt với chị!"

Ở Việt Nam, bà Bo thường chỉ nấu canh bí hay làm món bí xào để ăn cùng với cơm.

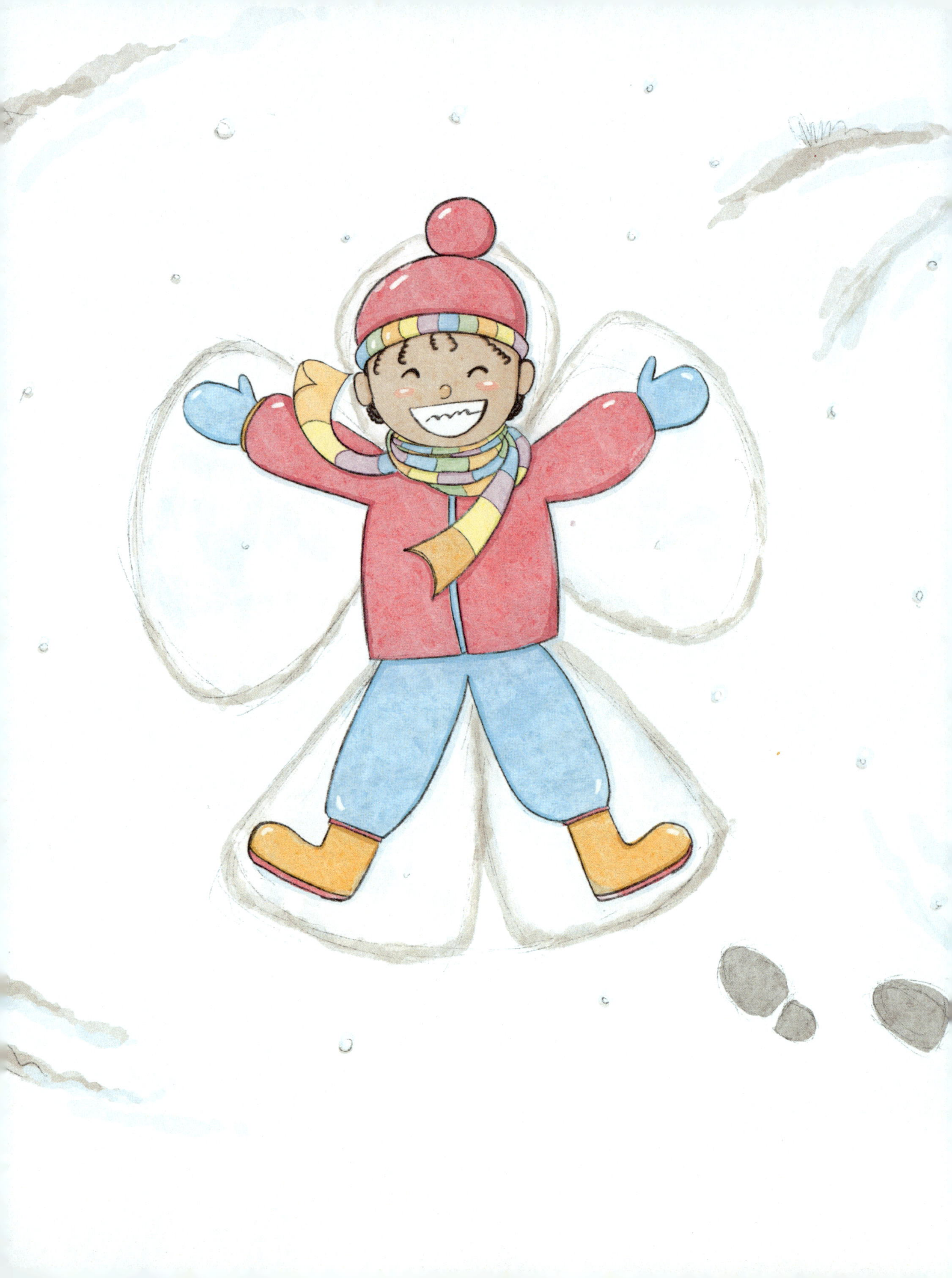

And when the first big snow of winter arrives, Hallie puts on her snowsuit to go out and play in the soft and brilliantly white snow. She wants to show Bo the snow angel she's making.
"Look, Bo. I'm making a snow angel!" Hallie cries out excitedly. "That's so cool, chị Hà Ly," Bo replies.

Khi tuyết đầu mùa đông đến, Hà Ly mặc quần áo ấm ra ngoài chơi với lớp tuyết dày và trắng xoá. Em muốn cho Bo xem thiên thần tuyết em tạo ra với thân hình của mình.
Hà Ly hào hứng kêu to: "Bo nhìn chị làm thiên thần tuyết này." "Thật là thích, chị Hà Ly." Bo trả lời.

After watching Hallie in the snow for a minute, Bo feels a little sad that he can't play with Hallie in the snow. He has never seen snow before, except in books and on TV. Two tears roll down his cheeks as he tells Ông Bà, "I want to visit chị Hà Ly. I want to see the snow. Can we go please?" Seeing Bo cry, Hallie turns to Mommy and insists, "Can Bo fly on an airplane to our house, Mommy? Please, Mommy!"

Bo cảm thấy hơi buồn vì em không thể chơi đùa trên tuyết với Hà Ly. Em chưa bao giờ thấy tuyết thật mà chỉ nhìn trong sách và TV thôi. Tự dưng hai giọt nước mắt rơi xuống má và em quay sang hỏi ông bà: "Con muốn sang nhà chị Hà Ly. Con muốn thấy tuyết. Cho con sang nhà chị Hà Ly với ông bà!" Thấy Bo khóc, Hà Ly quay lại nài nỉ mẹ: "Mẹ cho em Bo đi máy bay đến chơi đi. Nào mẹ!"

When the Christmas season is over, Mommy tells Hallie that she will get a surprise for Tết. Then, one day when she gets home from school, Hallie can hardly believe her eyes: Ông, Bà, and Bo are waiting for her at the door! She shrieks with joy. After she's calmed down, she says warmly, "Welcome to my home!"

Mùa Giáng Sinh qua đi, mẹ bảo sẽ có một điều bất ngờ cho Hà Ly nhân dịp Tết Nguyên Đán của Việt Nam. Hôm ấy, đi học về, Hà Ly không thể tin vào mắt mình khi thấy ông bà và Bo đợi mình ở cửa. Hà Ly kêu to mừng rỡ rồi nói, "Mời Ông Bà và em Bo vào nhà con ạ!"

During their stay, Ông, Bà, and Bo bring the Tết atmosphere to Hallie's home while Hallie and Bo are also enjoying the U.S. Northeast's wintertime snow. They make snow angels, build a big snowman, and sled down the hill to their heart's content.

"Next year, I'll go on an airplane and visit you in Vietnam, Bo," Hallie announces as the two of them brush snow off their coats. Then they go inside for hot chocolate and Tết treats. It's been an afternoon of snow fun.

Ông Bà và Bo mang không khí Tết đến, còn Hà Ly và Bo ngày nào cũng chơi với tuyết của mùa đông lạnh lẽo vùng đông bắc Mỹ. Hai bé làm thiên thần tuyết, nặn ông già tuyết, và trượt xuống đồi cho đến lúc chán thì thôi. "Năm sau chị sẽ về thăm em ở Việt Nam. Mẹ chị bảo vậy!" Hà Ly chia sẻ khi hai đứa phủi tuyết khỏi quần áo để đi vào nhà uống sô cô la nóng và ăn quà Tết. Thật là một buổi chiều nghịch tuyết rất vui.

Color and add details to these drawings!
Em hãy tô màu và thêm chi tiết cho tranh này nhé.

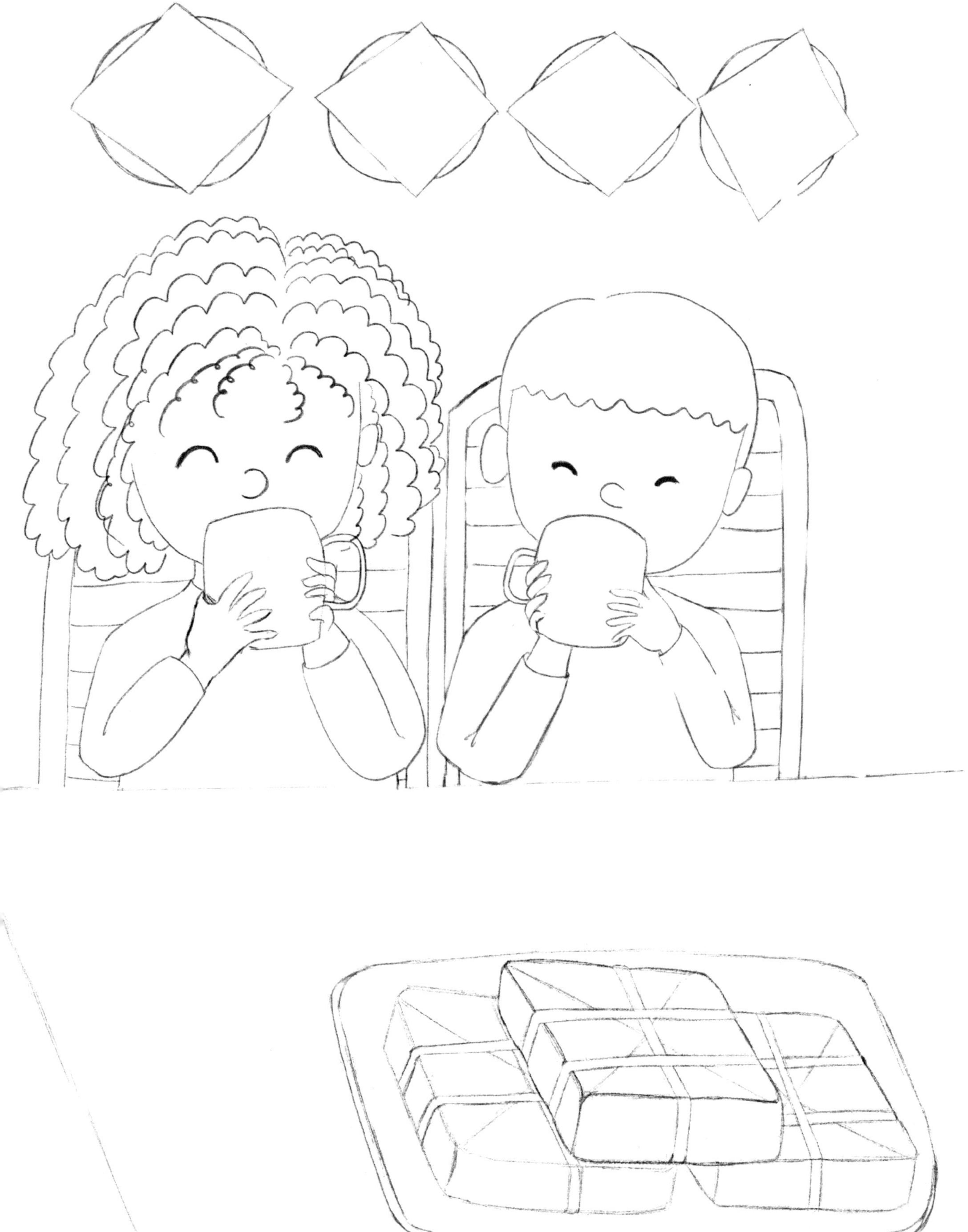

Describe the pictures and find five differences between them.

- What animals do you see?
- How many flowers are there? What are their colors?
- How many leaves do you see?

Em hãy miêu tả hai bức tranh này và tìm năm điểm khác biệt.

- Em thấy những con vật gì?
- Em thấy mấy bông hoa? Chúng có màu gì?
- Em thấy mấy chiếc lá?

Describe the pictures and find five differences between them.

- What animals do you see?
- How many flowers are there? What are their colors?
- What is the little girl wearing?

From Translanguaging: Hallie's First Words by Stories of Vietnam & HL BOOKS (eduling.org/hl)

Em hãy miêu tả hai bức tranh này và tìm năm điểm khác biệt.

- Em thấy những con vật gì?
- Em thấy mấy bông hoa? Chúng có màu gì?
- Em bé trong tranh mặc đồ gì?

# More Information

Linh Phung is an educator, bilingual writer, and innovator in language education. As the Founder of Eduling and H&L Books, she has published various children's books and a language learning app called Eduling Speak to facilitate language development for all ages. Her profile is on www.eduling.org/drlinhphung.

Sylvie Pham (Việt-Dung Phạm) is a freelance illustrator located in San Diego, California, USA. She enjoys traveling, swimming, listening to music, and drawing. Her work is characterized by cheerful colors. More of her beautiful art may be seen at www.behance.net/ngphanhys.

H&L Books
H&L BOOKS publishes children's books to promote love for language and culture as well as appreciation and exploration of strange and familiar places. It also publishes materials in multiple languages.

Other books currently available on www.eduling.org/hl

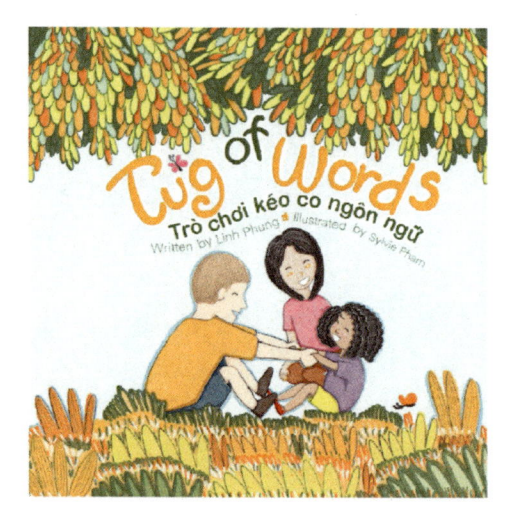

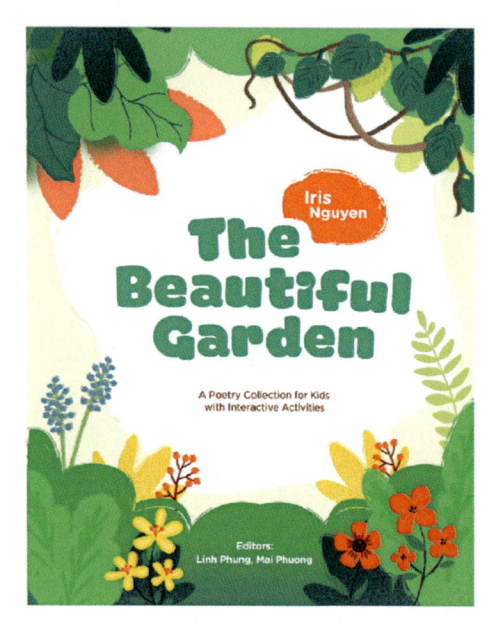

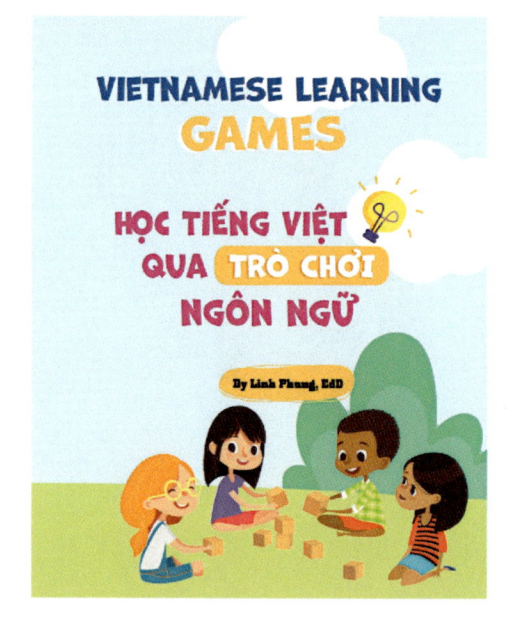

Made in the USA
Monee, IL
18 January 2025